દાદીમાનું શનિવારનું સૂપ

Grandma's Saturday Soup

Written by Sally Fraser

Illustrated by Derek Brazell

Gujarati translation by Bhadra Patel

સોમવાર સવારે મમ્મીએ મને વહેલી ઉઠાડી.
"ઉઠ મીમી અને સ્કૂલે જવા માટે તૈયાર થઈ જ."
હજુ ઊંઘમાં અને થાકેલી ખાટલામાંથી નીચે ઉતરી, મેં પડદા ખોલ્યા.

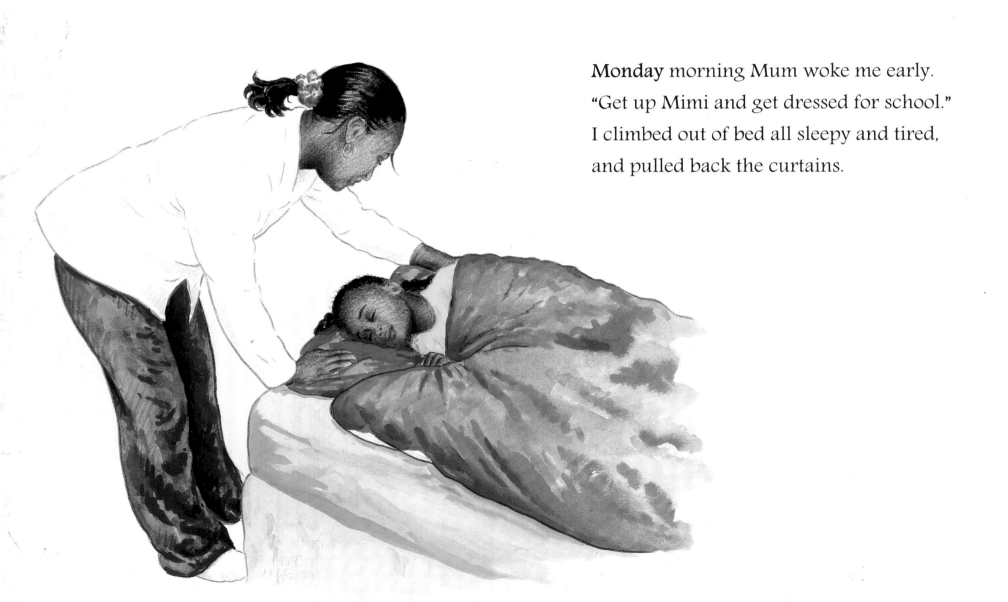

Monday morning Mum woke me early.
"Get up Mimi and get dressed for school."
I climbed out of bed all sleepy and tired,
and pulled back the curtains.

સવારનું આકાશ વાદળથી ભરેલું હતું અને ઠંડી પણ હતી.
આકાશમાં વાદળાં સફેદ, પોચાં અને સુવાળાં દેખાતાં હતાં.
એ જોઈને મને દાદીમાના શનિવારના સૂપમાંનાં ડમ્પલીંગ
યાદ આવી ગયાં.

The morning was cloudy and cold.
The clouds in the sky were white and fluffy.
They reminded me of the dumplings in Grandma's Saturday Soup.

હું જ્યારે દાદીમાના ઘરે જઉં ત્યારે તે મને જમાઈકાની વાતો કહે.

Grandma tells me stories about Jamaica when I go to her house.

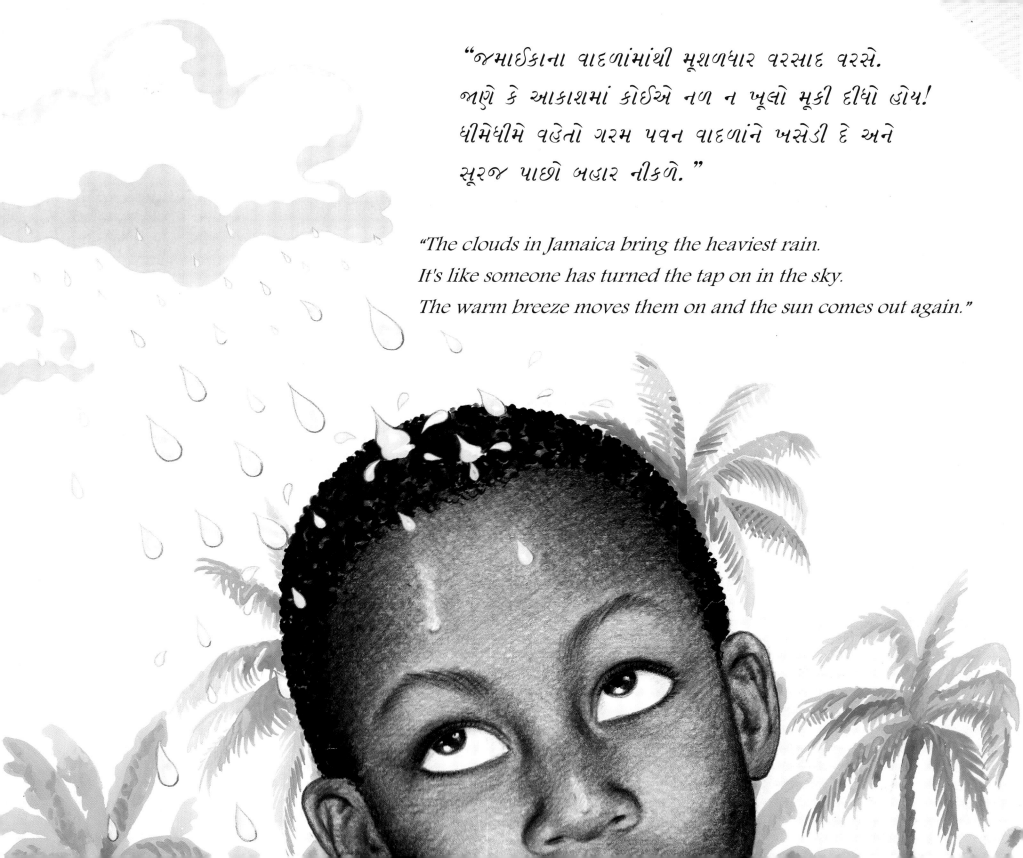

"જમાઈકાના વાદળાંમાંથી મૂશળધાર વરસાદ વરસે.
જાણે કે આકાશમાં કોઈએ નળ ન ખૂલો મૂકી દીધો હોય!
ધીમેધીમે વહેતો ગરમ પવન વાદળાંને ખસેડી દે અને
સૂરજ પાછો બહાર નીકળે. "

"The clouds in Jamaica bring the heaviest rain.
It's like someone has turned the tap on in the sky.
The warm breeze moves them on and the sun comes out again."

મંગળવારે ડેડી મને સ્કૂલે લઈ ગયા.

હવામાન ખૂબ ઠંડું અને તાજું હતું; રાતના બરફ પડયો હતો.

Tuesday morning Dad took me to school.
The day was cold and crisp; it had snowed in the night.

યામના ટુકડાની જેમ બધું સફેદ અને સુંવાળું દેખાતું હતું.
દાદીમાના શનિવારના સૂપમાંના યામ જેવું જ.

It's white and smooth and looked like the inside of a sliced yam.
Just like the yam in Grandma's Saturday Soup.

દાદીમા મને કહે કે દરિયા કિનારાની સફેદ પાવડર જેવી રેતી તાજા બરફ જેવી જ દેખાય, પણ એ ક્યારે ય ઠંડી ન હોય.

Grandma tells me that the white powdery sand on the beaches looks like fresh snow but it's never cold.

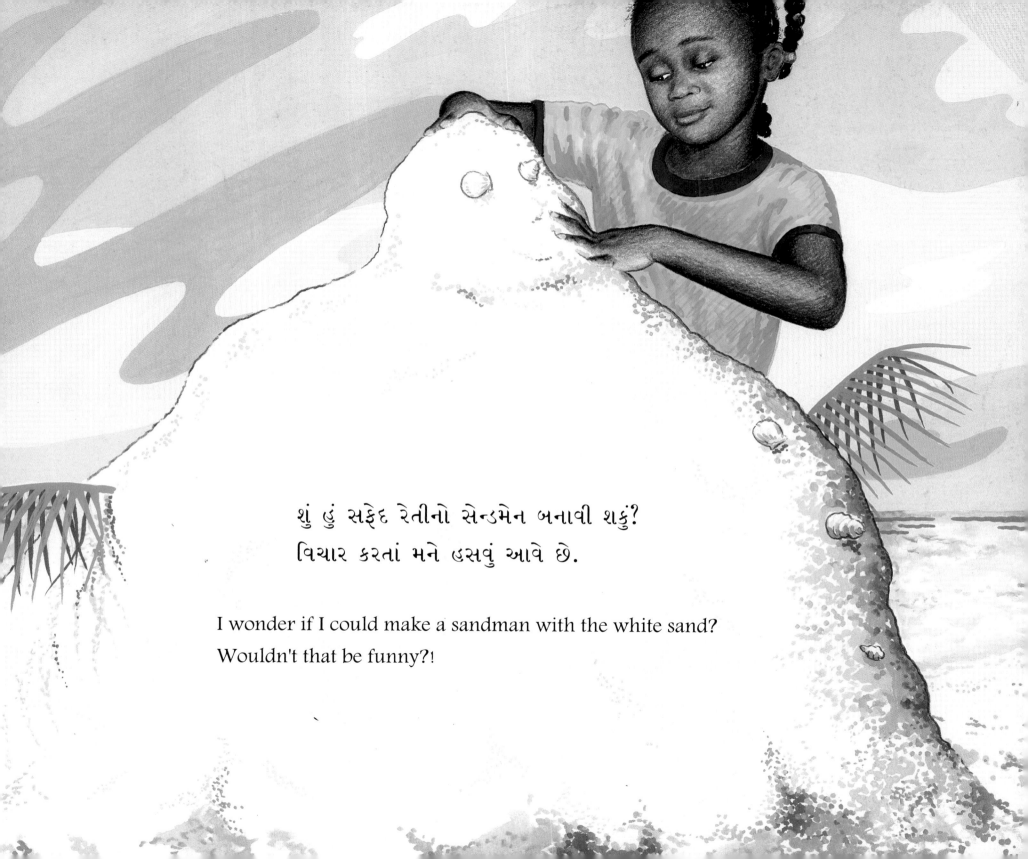

શું હું સફેદ રેતીનો સેન્ડમેન બનાવી શકું?
વિચાર કરતાં મને હસવું આવે છે.

I wonder if I could make a sandman with the white sand?
Wouldn't that be funny?!

બુધવારે બરફ વધુ જોરથી પડ્યો. ઠંડી હતી
પણ મેં બરાબર ગરમ કપડાં પહેર્યાં હતાં.
હું જ્યારે દાદીમાના ઘરે જાઉં ત્યારે તે મને
જમાઈકાની વાતો કહે.

Wednesday the snow fell harder. It was cold but I was wrapped up warm.
Grandma tells me stories about Jamaica when I go to her house.

"સૂરજ દરરોજ તપતો હોય. સૂરજનો તાપ તમારી ચામડીને ગરમ કરે અને તમારે ટૂંકી ચડ્ડી અને ટી શર્ટ સિવાય બીજું કંઈ પણ પહેરવાની જરૂર ન પડે."
દરરોજ ગરમી? ટૂંકી ચડ્ડી અને ટી શર્ટ? હું તો માની નથી શકતી.

"The sun shines every day. The sun is warm on your skin and you only need to wear your shorts and a T-shirt."
Warm every day? Shorts and T-shirt? I can't believe that.

બપોરે રમવાના સમયે અમે બરફના દડા
બનાવી એકબીજા પર ફેંકવાની રમત રમ્યાં.

At afternoon play we made snowballs
and threw them at each other.

The snowballs remind me of the round soft
potatoes in Grandma's Saturday Soup.

બરફના દડા જોઈને મને દાદીમાના
શનિવારના સૂપમાંના ગોળગોળ
પોચાં બટેટાં યાદ આવી ગયાં.

ગુરુવારે સ્કૂલમાંથી છૂટ્યા પછી હું મારી બહેનપણી
લયલા અને તેની મમ્મી સાથે લાઈબ્રેરીમાં ગઈ.

On **Thursday** I went to the library
after school with my friend Layla
and her Mum.

અમે પાર્કમાંથી પસાર થયાં ત્યારે મેં જોયું કે અમુક છોડની ગાંઠો ઊગવા માંડી હતી. નાનીનાની લીલીલીલી કુમળી કૂંપણો બરફની વચ્ચે ક્યાંક ક્યાંક ડોકિયું કરતી હતી. તે દાદીમાના શનિવારના સૂપમાંની લીલી ડુંગળી જેવી લાગતી હતી.

As we passed the park we saw the little bulbs starting to grow. The little green shoots poked through the snow. They looked like the spring onions in Grandma's Saturday Soup.

Grandma tells me about the wonderful plants and flowers in Jamaica.
"In Jamaica the most beautiful flowers grow wild.
They are all different colours and sizes
and their smell fills the air."
I've never seen flowers like that before,
I wonder if she's only joking?

દાદીમા મને જમાઈકાના અદ્‌ભૂત છોડ અને ફૂલોની વાતો કહે.
"જમાઈકામાં સૌથી વધુ સુંદર ફૂલો જંગલી ફૂલો હોય.
જુદાં જુદાં રંગનાં અને જુદાં જુદાં કદનાં એ ફૂલોની
સુગંધ હવાને ભરી દે."
મેં એવાં ફૂલો પહેલાં ક્યારેય જોયાં નથી.
તો શું એ મજાક કરતાં હશે?

શુક્રવારે મમ્મી અને ડેડીને કામે જવામાં મોડું થયું.

"જલદી કર મીમી, સ્કૂલે લઈ જવા માટે એક ફળ લઈ લે."

On **Friday** Mum and Dad are late for work.

"Hurry Mimi, choose a piece of fruit to take to school."

ફળથી ભરેલા કચોરા સામે મેં જોયું.
હું મોસંબી લઉં, સફરજન લઉં કે પેર લઉં?
સફરજન અને પેરના ઘાટ જોઈને મને દાદીમાના
શનિવારના સૂપના ચો-ચો યાદ આવી ગયા.

I looked at the bowl full of fruit.
Should I choose an orange, an apple or a pear?
The apple and pear; their colour and shape remind me
of the cho-cho in Grandma's Saturday Soup.

દાદીમા મને જમાઈકાના ફળની વાતો કહે.
"જમાઈકામાં તમે સ્કૂલે જતાં હો ત્યારે રસ્તામાં ઝાડમાંથી
ફળ તોડી શકો, રસદાર મીઠી પાકી કેરી."

Grandma tells me about the fruits in Jamaica.
"In Jamaica you can walk to school and pick a piece of fruit
from a tree, a ripe mango all juicy and sweet."

આજે મને સ્કૂલમાં સારા માર્ક મળ્યા હતા એટલે તેની ખુશાલીમાં સ્કૂલ છૂટ્યા
પછી મને મારાં મમ્મી-ડેડી સિનેમા જોવા લઈ ગયાં.
અમે ત્યાં પહોંચ્યાં ત્યારે સૂરજ તપતો હતો, પણ હજુ ઠંડી હતી.
મને લાગે છે કે વસંત ઋતુ આવી રહી છે.

After school, as a treat for good marks, Mum and Dad took me to the cinema.
When we got there the sun was shining, but it was still cold.
I think springtime is coming.

ફિલ્મ બહુ સરસ હતી અને અમે બહાર નીકળ્યાં ત્યારે સૂરજ ગામની ઉપર થઈ આથમતો હતો.
કેસરી રંગનો મોટો આથમતો સૂરજ દાદીમાના શનિવારના સૂપમાંના પતકોળા જેવો લાગતો હતો.

The film was great and when we came out the sun was setting over the town.
As it set it was big and orange just like the pumpkin in Grandma's Saturday Soup.

દાદીમા મને જમાઈકાના સૂર્યોદય અને સૂર્યાસ્ત વિશે કહે.
"સૂરજ સવારના વહેલો ઊગે એટલે તમને એવું સારું લાગે કે
દિવસ સરસ રીતે ગાળવા માટે તમે તૈયાર થઈ જવ."

Grandma tells me about the sunrise and sunsets in Jamaica.
"The sun rises early and makes you feel good and ready for your day."

"સૂરજ આથમે અને ચાંદો ઊગે અને પછી હીરાની જેમ ઝબૂકતા લાખો
તારાથી રાતનું આકાશ ભરાઈ જાય."
કરોડો તારા! હું તો એટલા બધા તારાનો વિચાર પણ કરી શકતી નથી.

"When it sets and the moon comes out she is followed by a million stars
that look like diamonds twinkling in the night sky."
A million stars, I can't even imagine that many.

શનિવારે સવારે હું મારા નૃત્યના વર્ગમાં ગઈ.
સંગીત ધીરું અને ઉદાસ હતું.

Saturday morning I went to my
dance class. The music was slow
and sad.

દાદીમા મને કલિપ્સો સંગીત અને સ્ટીલના ઢોલના તાલ વિશે કહે, ઝાડના છાંયડામાં બેસી લોકો વગાડતાં હોય તેની વાતો કરે. એક અદ્ભૂત ઝાડ જેનાં લાંબાં પાંદડાં લીલા કેળાની છાલનાં રેસાં જેવાં દેખાય.
"એ સંગીત સાંભળો એટલે તમને ખુશ થઈ નાચવાનું મન થઈ જાય."

Grandma tells me about the rhythms of calypso music and steel drums, of people playing under the shade of a tree. A wonderful tree with long leaves that look like the strands of skin from a green banana.
"The music makes you happy and want to dance."

સંગીતનો વર્ગ છૂટતાં મમ્મી મને લેવા આવ્યાં. અમે કારમાં જતાં હતાં.

મારી સ્કૂલ પાસેથી પસાર થઈ અમે આગળ વધ્યાં. પાર્ક પાસે ડાબી બાજુએ વળી અને આગળ જતાં અમે લાઇબ્રેરી પાસેથી પસાર થયાં. ગામની વચ્ચે પસાર થયાં, પેલું રહ્યું સિનેમા, બસ હવે બહુ દૂર જવાનું નહોતું.

Mum picked me up after class. We went by car.
We drove down the road and past my school. We turned left at the park and on past the library. Through the town, there's the cinema and not much further now.

મને ભૂખ લાગી હતી. ખૂબ ભૂખ લાગી હતી. આખરે અમે દાદીમાને ત્યાં પહોંચ્યાં.

I was hungry. Really hungry. At last we arrived at Grandma's.

હું આગલા દરવાજે દોડીને પહોંચી, ત્યાં તો મને એક મજાની સુગંધ આવી. એ સુગંધ હતી લીલાં કેળાં, ચો-ચો અને યામ, ડમ્પલીંગ, બટેટાં અને પતકોળા...

I ran to the front door and could smell a delicious smell. It's green bananas, cho-cho and yams, dumplings, potato, and pumpkin...

લીલી ડુંગળી, મરઘી, દાદીમાના દેશી મસાલાની
ચપટી અને ઘણા બધા ચીકન સ્ટોકની.
એ તો છે દાદીમાનું શનિવારનું સૂપ!

spring onions, chicken, a good pinch of Grandma's
country seasoning and a lot of chicken stock.
It's Grandma's Saturday Soup!

રવિવારે રાત્રે અમારે ત્યાં મિત્રો જમવા આવ્યા હતા.
મમ્મી અને ડેડી સારું ખાવાનું બનાવે છે પણ આખી દુનિયાના બધા જ
ખાવાનામાંથી મને સૌથી વધુ ભાવતું ખાવાનું છે દાદીમાનું શનિવારનું સૂપ.

On **Sunday** we had friends at our house for dinner.
Mum and Dad are good cooks, their food is nice but my favourite
food in the whole wide world is **Grandma's Saturday Soup**.